Impressum
Verlag: BABADADA GmbH, Nedderfeld 112 , 22529 Hamburg
Geschäftsführer / Verlagsleitung: Harald Hof
Druck: Books on Demand GmbH, In de Tarpen 42, 22848 Norderstedt

Imprint
Publisher: BABADADA GmbH, Nedderfeld 112 , 22529 Hamburg, Germany
Managing Director / Publishing direction: Harald Hof
Print: Books on Demand GmbH, In de Tarpen 42, 22848 Norderstedt

# 學校

## ትምህርት ቤት

教室
መማሪያ ክፍል
除
ማካፈል
186/2
黑板
ሰሌዳ
老師
መምህር
紙
ወረቀት
書寫
መፃፍ
筆
እስክሪብቶ
辦公桌
መፃፊያ ጠረጴዛ
直尺
ማስመሪያ
書
學生
ተማሪ

書包

የጀርባ ቦርሳ

鉛筆盒

የእርሳስ መያዣ

鉛筆

እርሳስ

削鉛筆機

የእርሳስ መቅረጫ

橡皮擦

ላጲስ

畫板

የስዕል ደብተር

圖畫

ስዕል

畫筆

የቀለም ብሩሽ

顏料盒

የቀለም ሳጥን

剪刀

መቀስ

膠水

ማጣበቂያ

練習冊

መልመጃ ደብተር

家庭作業

የቤት ስራ

**12**

數字

ቁጥር

**2+2**

加

መደመር

**5-2**

減

መቀነስ

**2×2**

乘

ማባዛት

計算

ቁጥሮችን ማስላት

**A**

字母

ደብዳቤ

ABCDEFG
HIJKLMN
OPQRSTU
VWXYZ

字母表

ፊደላት

**hello**

字

ቃል

課文

ፅሑፍ

讀

ማንበብ

粉筆

ጠመኔ

上課

ትምህርት

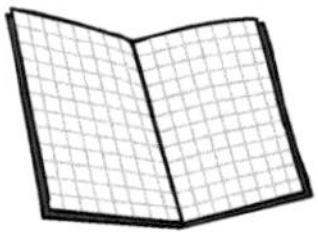

登記

ምዝገባ

考試

ፈተና

證書

ሰርተፊኬት

校服

የትምህርት ቤት የደንብ ልብስ

教育

ትምህርት

百科全書

አዉደ ጥበብ

大學

ዩኒቨርስቲ

顯微鏡

የምርምር አጉሊ መሳርያ

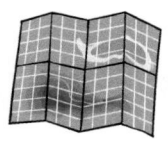

地圖

ካርታ

廢紙簍

የቆሻሻ ወረቀት መጣያ ቅርጫት

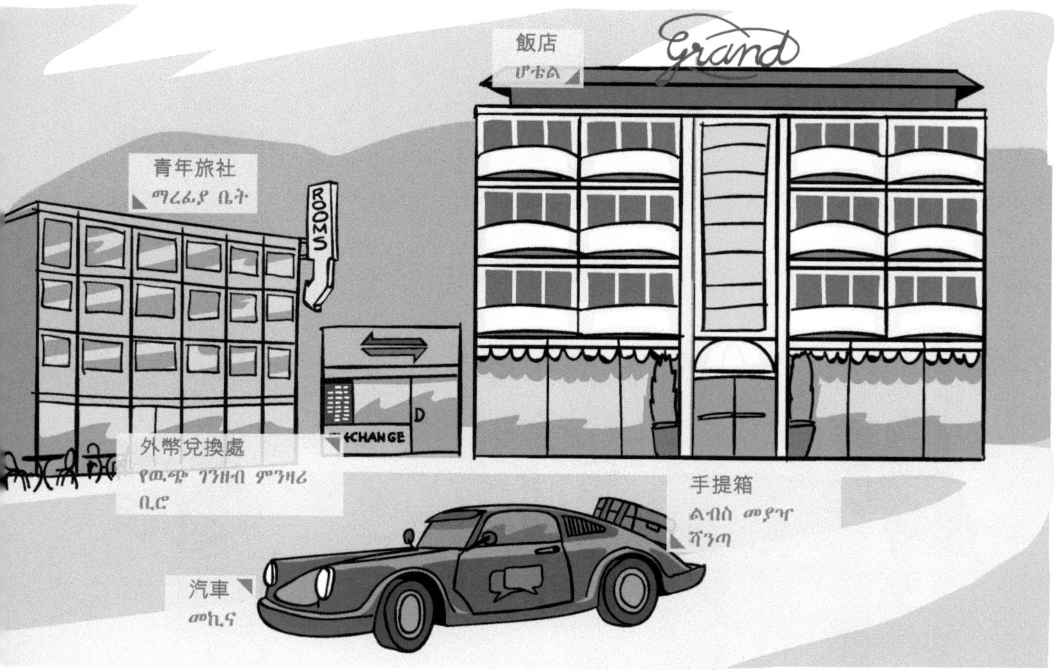

飯店
ሆቴል
Grand
青年旅社
ማረፊያ ቤት
ROOMS
外幣兌換處
የዉጭ ገንዘብ ምንዛሪ
ቢሮ
CHANGE
手提箱
ልብስ መያዣ
ሻንጣ
汽車
መኪና

語言

ቋንቋ

是/否

አዎ/ አይደለም

好的

እሺ

您好

ሰላም

翻譯人員

አስተርጓሚ

謝謝

አመሰግናለሁ

......多少錢？

ስንት ነዉ.......?

我不明白

አልገባኝም

問題

እክል

晚上好！

እንደምን አመሹ!

早上好！

እንደምን አደሩ!

晚安！

መልካም ምሽት!

再見

ደህና ይሰንብቱ

方向

አቅጣጫ

行李

ሻንጣ

包

ቦርሳ

背包

የጀርባ ቦርሳ

客人

እንግዳ

房間

ክፍል

睡袋

የመተኛ ቦርሳ

帳篷

ድንኳን

旅行資訊

የጎብኚዎች መረጃ

海灘

የባህር ዳርቻ

信用卡

ክሬዲት ካርድ

早餐

ቁርስ

午餐

ምሳ

晚餐

እራት

票

ቲኬት

電梯

አሳንሰር

郵票

ማህተም

邊界

ድንበር

海關

ባህሎች

大使館

ኤምባሲ

簽證

ቪዛ/የይለፍ ወረቀት

護照

ፓስፖርት

# 交通運送

## መጓጓዣ

飛機
አዉሮፕላን
船
መርከብ
消防車
የእሳት አደጋ
መኪና
公車
አዉቶብስ
卡車
የጭነት መኪና
汽艇
የሞተር ጀልባ
汽車
መኪና
腳踏車
ብስክሌት

渡輪

የማመላለሻ ጀልባ

小船

ጀልባ

機車

የሞተር ብስክሌት

警車

የፖሊስ መኪና

賽車

የዉድድር መኪና

租車

የኪራይ መኪና

拼車

የመኪና መጋራት

拖車

ጎታች መኪና

垃圾車

የቆሻሻ ጭነት መኪና

馬達

ሞተር

汽油

ነዳጅ

加油站

የቤንዚን ማደያ

交通標識

የመንገድ ምልክት

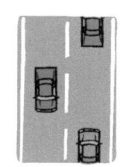

交通

የመኪኖች እንቅስቃሴ

交通堵塞

የመኪና መጨናነቅ

停車場

የመኪና ማቆሚያ

火車站

የባቡር ጣቢያ

軌道

የባቡር ሀዲዶች

火車

ባቡር

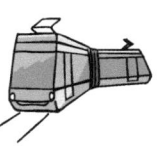

路面電車

የኤሌክትሪክ ባቡር

客車廂

ሰረገላ

直升機

ሄሊኮፕተር

機場

አየር ማረፊያ

塔

ማማ

乘客

መንገደኛ

集裝箱

ማስቀመጫ፤ ማጠራቀሚያ

紙板箱

ካርቶን እቃ ማሸጊያ

手推車

ጋሪ፤ ተሳቢ

籃子

ቅርጫት

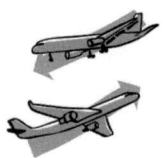

起飛/降落

መነሳት/ ማረፍ

## 城市

## ከተማ

村莊

መንደር

市中心

የከተማ ማዕከል

房子

ቤት

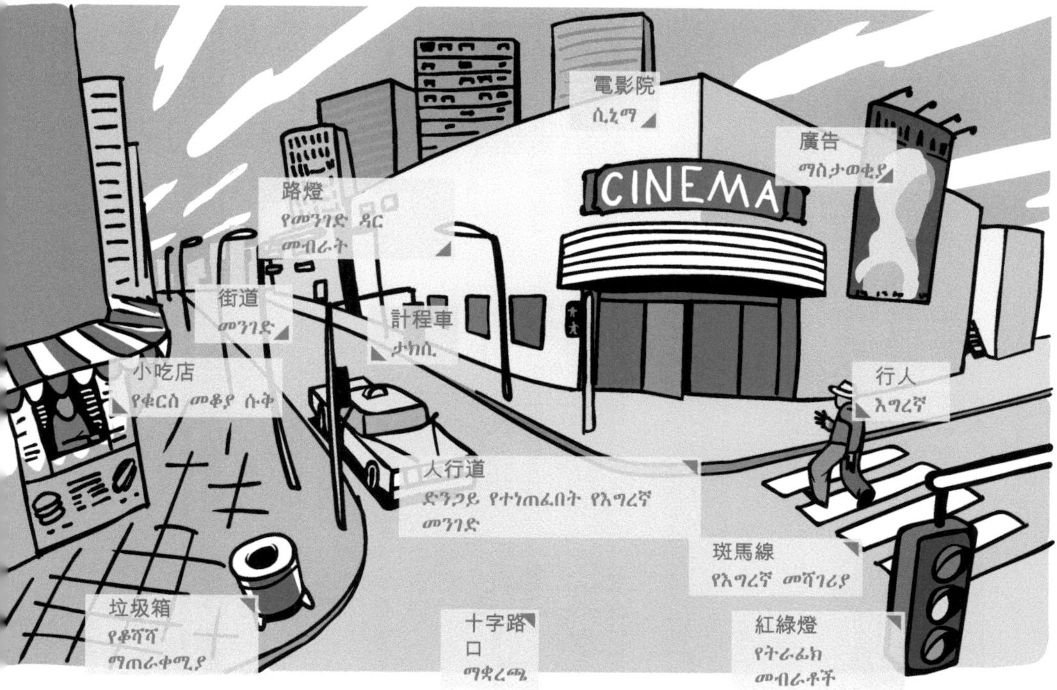

電影院
ሲኒማ
CINEMA
廣告
ማስታወቂያ
路燈
የመንገድ ዳር መብራት
街道
መንገድ
計程車
ታክሲ
小吃店
የቁርስ መቆያ ሱቅ
行人
እግረኛ
人行道
ድንጋይ የተነጠፈበት የእግረኛ መንገድ
斑馬線
የእግረኛ መሻገሪያ
垃圾箱
የቆሻሻ ማጠራቀሚያ
十字路口
ማቋረጫ
紅綠燈
የትራፊክ መብራቶች


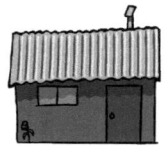

小屋

ጎጆ

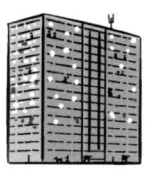

公寓

አፓርታማ

火車站

የባቡር ጣቢያ

市政廳

የከተማ አዳራሽ

MUSEUM


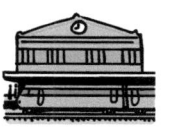

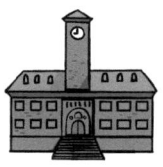

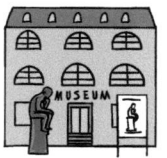

博物館

ቤተ መዘክር

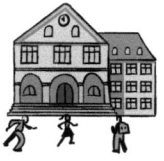

學校

ትምህርት ቤት

大學

ዩኒቨርስቲ

銀行

ባንክ

醫院

ሆስፒታል

飯店

ሆቴል

藥房

መድሐኒት ቤት

辦公室

ቢሮ

書店

መፅሐፍ መሸጫ

商店

ሱቅ

花店

የአበባ መሸጫ

超市

የሸቀጣ ሸቀጥ መደብር

市場

ገበያ ስፍራ

百貨商店

መደብር

魚店

የዓሳ ነጋዴ

購物中心

የገበያ ማዕከል

海港

ወደብ

公園

መናፈሻ ቦታ

長凳

አግዳሚ ወንበር

橋

ድልድይ

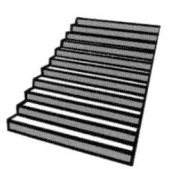

樓梯

ደረጃዎች

捷運

ዉስጥ ለዉስጥ

隧道

ዋሻ

公車站

የአዉቶቡስ ፌርማታ

酒吧

ባር

餐館

ምግብ ቤት

郵筒

የፖስታ ሳጥን

路標

የመንገድ ምልክት

停車計時器

የመኪና ማቆሚያ ሒሳብ የሚያሰላ
ማሽን

動物園

የደር እንስሳት ማቆያ

游泳池

የመዋኛ ገንዳ

清真寺

መስጊድ

農場

እርሻ

污染

የሚበከል ነገር

墓地

መቃብር ስፍራ

教堂

ቤተ ክርስቲያን

操場

መጫወቻ ሜዳ

寺廟

ቤተ መቅደስ

# 地形

## መልከዓምድር

樹葉
ቅጠል
指示牌
የመንገድ ላይ
ምልክት
路
መንገድ
草地
አረንጓዴ መስክ
石頭
ድንጋይ
樹
ዛፍ
徒步旅行者
በእግሩ የሚጓዝ
河
ወንዝ
草
ሳር
花
አበባ

峡谷

ሸለቆ

丘陵

ኮረብታ

湖

ሀይቅ

森林

ጫካ

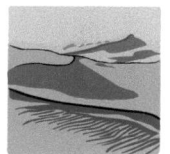

沙漠

በረሃ

火山

እሳተ ገሞራ

城堡

ግምብ

彩虹

ቀስተ ዳመና

蘑菇

እንጉዳይ

棕櫚樹

የቴምብር ዛፍ/ ዘንባባ

蚊子

ቢንቢ/ የወባ ትንኝ

蒼蠅

በራሪ

螞蟻

ጉንዳን

蜜蜂

ንብ

蜘蛛

ሸረሪት

甲蟲

ጢንዚዛ

青蛙

እንቁራሪት

松鼠

ሽኮኮ

刺蝟

ጃርት

野兔

ጥንቸል

貓頭鷹

ጉጉት ወፍ

鳥

ወፍ

天鵝

የውሃ ዳክዬ

野豬

ከርከሮ

鹿

አጋዘን

麋鹿

አጋዘን

水壩

ግድብ

風力發電機

በነፋስ የሚሽከረከር

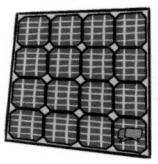

太陽能電池板

የፀሀይ ፓኔሎ

氣候

አየር ንብረት

# 餐館

## ምግብ ቤት

服務生
አስተናጋጅ
菜譜
ማውጫ
椅子
ወንበር
湯
ሾርባ
披薩餅
ፒዛ
餐具
መክተፊያ
桌布
የጠረጴዛ ጨርቅ

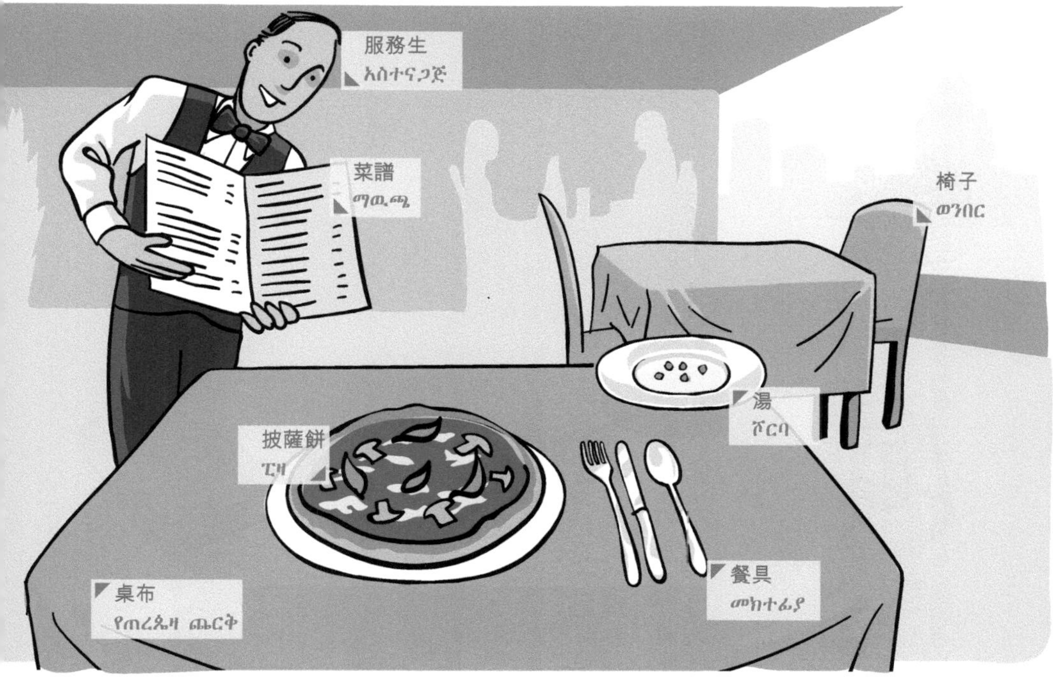

前菜

የምግብ ፍላጎትን የሚከፍት ምግብ

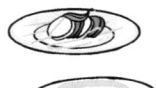

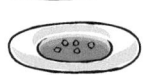

主菜

ዋና ምግብ

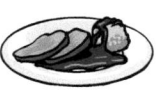

甜點

ማጣጣሚያ ተከታይ ምግብ

飲料

መጠጦች

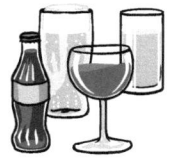

食物

ምግብ

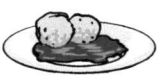

瓶子

ጠርሙስ

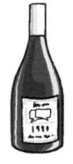

速食

ፈጣን ምግብ

街邊小吃

የመንገድ ምግብ

茶壺

የሻይ ማንቆርቆሪያ

糖盒

የስኳር እቃ

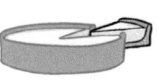

一份飯菜

ድርሻ

義式咖啡機

የቡና ማፊያ ማሽን

高腳椅

ባለጌ ወንበር

帳單

የክፍያ ደረሰኝ

托盤

ትሪ

刀

ቢላዋ

餐叉

ሹካ

勺子

ማንኪያ

茶匙

የሻይ ማንኪያ

餐巾

ልብስ ምግብ እንዳይነካ የሚረዳ ጨርቅ

玻璃杯

ብርጭቆ

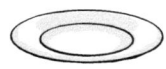

碟子

ዝርግ ሰሀን

湯盤

የሾርባ ጎድጓዳ ሰሀን

碟子

የስኒ ማስቀመጫ

醬

ማጣፈጫ ስጎ

鹽瓶

የጨዉ እቃ

胡椒研磨罐

የተፈጨ ቃሪያ

醋

ኮምጣጤ

食用油

የምግብ ዘይት

調味料

ቀመማ ቅመሞች

番茄醬

የቲማቲም ድልህ

芥末

ሰናፍጭ

美乃滋

ማዮኒዝ

# 超市

## የሸቀጣ ሸቀጥ መደብር

特價
ልዩ አቅራቦት
FOR
顧客
ደምበኛ
乳製品
የወተት ተዋፅዖ
水果
ፍራፍሬ
購物車
ባለ ጎማ የእጅ ጋሪ

肉鋪

ሉካንዳ ነጋዴ

麵包店

መጋገርያ

稱重

ክብደት መመዘን

蔬菜

ቅጠላ ቅጠል አትክልት

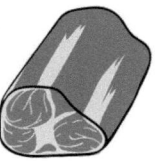

肉

ስጋ

冷凍食品

የቀዘቀዘ/የረጋ ምግብ

冷盤

ቀዝቃዛ ቁራጭ

罐頭食品

የታሸገ ምግብ

洗衣粉

የማጠቢያ ዱቄት

甜食

ጣፋጮች

日用品

የቤት ዉስጥ ዉጤቶች

清潔用品

የፅዳት ምርቶች

銷售員

የሽያጭ ባለሙያ

收銀機

የገንዘብ መመዝቢያ ማሽን

收銀員

የሒሳብ ሰራተኛ

購物清單

የግዢ ዝርዝር

開放時間

ክፍት ሰዓታት

錢包

የኪስ ቦርሳ

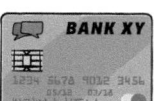

信用卡

ክሬዲት ካርድ

袋子

ቦርሳ

塑膠袋

የፕላስቲክ ቦርሳ

# 飲料

## መጠጦች

水

ዉሃ

果汁

ጭማቂ

牛奶

ወተት

可樂

ኮካ-ኮላ

紅酒

ወይን

啤酒

ቢራ

酒

አልኮል

可可

ኮካ

茶

ሻይ

咖啡

ቡና

義式濃縮咖啡

የተፈላ ቡና

卡布奇諾

ካፕቺኖ

香蕉

ሙዝ

蘋果

ፖም

柳丁

ብርቱካን

西瓜

ሀብሀብ

檸檬

ሎሚ

胡蘿蔔

ካሮት

大蒜

ነጭ ሽንኩርት

竹子

ሸምበቆ

洋蔥

ቀይ ሽንኩርት

蘑菇

እንጉዳይ

堅果

ለዉዝ

麵條

የህፃናት ምግብ

義大利麵

ፓስታ

米飯

ሩዝ

沙拉

ሰላጣ

薯條

የድንች ጥብስ

炸馬鈴薯

ድንች ጥብስ

披薩餅

ፒዛ

漢堡

ዳቦ ዉስጥ በስሱ ተጠብሶ የገባ ስጋ

三明治

ሳንድዊች

炸豬排

ጥሬ ስጋ

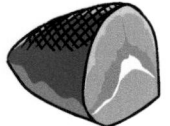

火腿

የአሳማ ስጋ

義大利臘腸

በቅመምና በጨዉ የታሸ ምግብ ቀዝቅዞ የሚበላ ሾርባ ምግብ

香腸

ቋሊማ

雞肉

ዶሮ

烤肉

ጥብስ

魚

አሳ

燕麥片

የአጃ ገንፎ

木斯里

ከወተት ጋር ተደባልቀዉ የሚበሉ ምግቦች

玉米片

የበቆሎ ቅርፊት

麵粉

ዱቄት

牛角麵包

ኩራሳ

麵包捲

ድብልብል ዳቦ

麵包

ዳቦ

吐司

መጥበስ

餅乾

ብስኩት

奶油

ቅቤ

凝乳

እርጎ

蛋糕

ኬክ

蛋

እንቁላል

煎蛋

እንቁላል ጥብስ

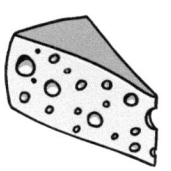

起司

አይብ

冰淇淋

የበረዶ ክሬም

糖

ስኳር

蜂蜜

ማር

果醬

ማርማላት

巧克力醬

የተናጠ የወተት ክሬም

咖哩

ማጣፈጫ

# 農場

## እርሻ

የገበሬ ቤት
糧倉
የእህልና የከብት ማቀመጫ ቤት
稻草捆
田野
ሜዳ
馬
ፈረስ
拖車
ተሳቢ መኪና
拖拉機
የእርሻ መኪና
馬駒
የፈረስ ዉርንጭላ
驢
አህያ
羊
በግ
羔羊
የበግ ጠቦት

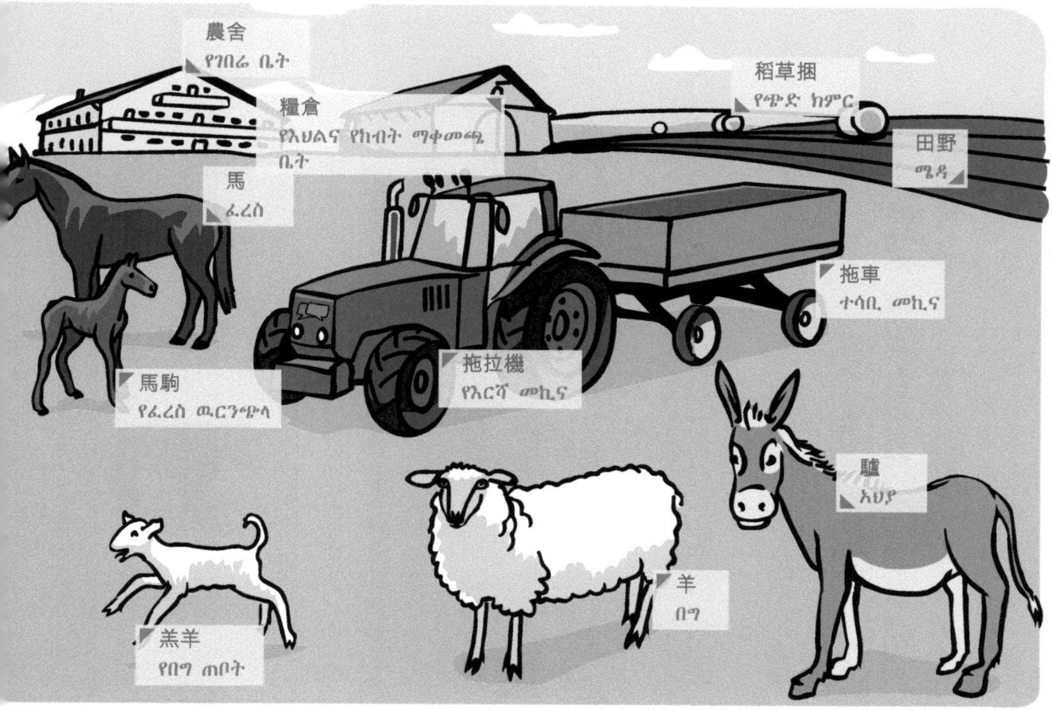

山羊

ፍየል

奶牛

ላም

小牛

ጥጃ

豬

አሳማ

小豬

ግልገል አሳማ

公牛

ኮርማ

鵝

ዝይ

鴨

ዳክዬ

小雞

የዶሮ ጫጩት

母雞

ዶሮ

公雞

አዉራ ዶሮ

鼠

አይጥ

貓

ደድመት

老鼠

አይጥ

牛

በሬ

狗

ዉሻ

狗屋

የዉሻ ቤት

花園澆水軟管

የአትክልት ቦታ

澆水壺

ዉሃ ማጠጫ ባልዲ

長柄大鐮刀

ረጅም ማጭድ

犁

ማረሻ

鐮刀

ማጭድ

鋤頭

መኮትኮቻ

長柄草耙

የእህል መንሽ

斧頭

መጥረቢያ

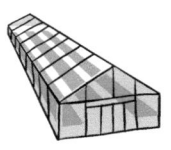

獨輪手推車

ኩርኩር/ የእጅ ጋሪ

飼料槽

ገንዳ

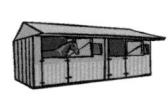

牛奶罐

የወተት ዕቃ

麻布袋

ጆንያ ከረጢት

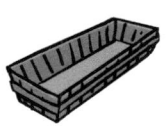

柵欄

አጥር

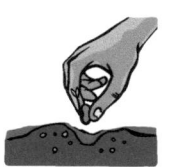

馬廄

የፈረስ ጋጣ

溫室

ዕፅዋት ማሳደጊያ የመስታዉት
ቤት

土壤

አፈር

種子

ዘር

肥料

የመሬት ማዳበሪያ

聯合收割機

ጥምር ማረሻ

收割

አዝመራ መሰብሰብ

收割

አዝመራ

地瓜

ድንች

小麥

ስንዴ

大豆

ሶያ

土豆

ድንች

玉米

በቆሎ

油菜籽

የከብት መኖ

果樹

የፍሬ ዛፍ

樹薯

የካሳቫ ዛፍ

穀物

እህል

# 房子

## ቤት

煙囪
የጪስ ማዉጫ
屋頂
ጣራ
落水管
窗戶
መስኮት
車庫
ጋራዥ
門鈴
የበር ደወል
門
በር
垃圾桶
የቆቆሻሻ ማጠራቀሚያ
信箱
ፖስታ ሳጥን
花園
የአትክልት ቦታ

客廳

ሳሎን

浴室

መታጠቢያ ቤት

廚房

ማድቤት

臥室

መኝታ ቤት

兒童房

የልጅ ክፍል

餐廳

መመገቢያ ክፍል

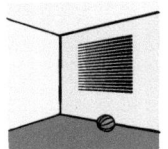

地板

ወለል

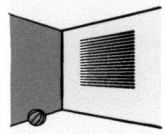

牆壁

ግድግዳ

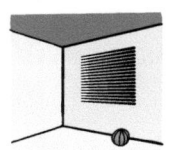

天花板

ጣሪያ

地窖

ምድር ቤት

三溫暖

በእንፋሎት ሙቀት መታጠቢያ
ቤት

陽臺

ሰገነት

露臺

ከፍ ያለ መደብ

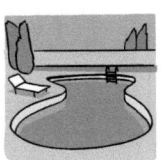

游泳池

የመዋኛ ገንዳ

割草機

የማጨጃ መኪና

被單

አንሶላ

床罩

የአልጋ ልብስ

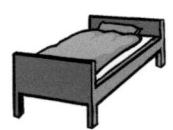

床

አልጋ

掃帚

መጥረጊያ

水桶

ባልዲ

開關

ማብሪያና ማጥፊያ

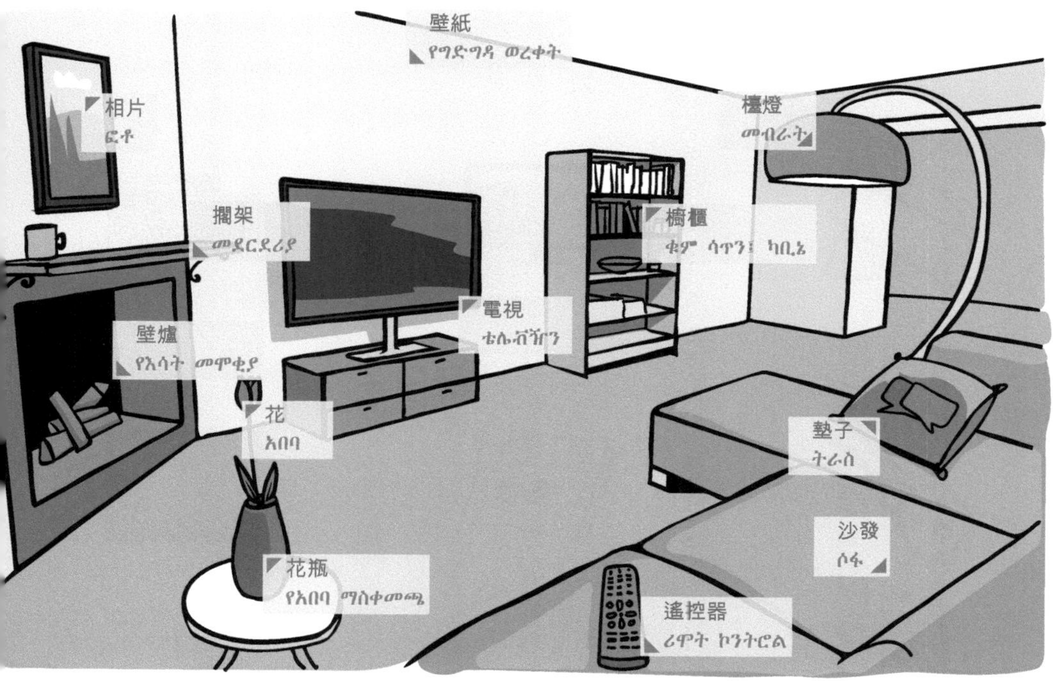

壁紙
የግድግዳ ወረቀት

相片
ፎቶ

檯燈
መብራት

擱架
መደርደሪያ

櫥櫃
ቡፌ ሳጥን፣ ካቢኔ

電視
ቴሌቪዥን

壁爐
የእሳት መሞቂያ

花
አበባ

墊子
ትራስ

沙發
ሶፋ

花瓶
የአበባ ማስቀመጫ

遙控器
ሪሞት ኮንትሮል

地毯

ንጣፍ

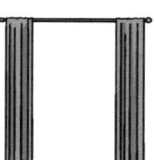

窗簾

መጋረጃ

餐桌

ጠረጴዛ

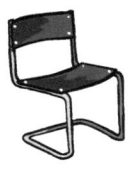

椅子

ወንበር

搖椅

ተወዛዋዥ ወንበር

扶手椅

ባለመደገፊያ ወንበር

書

መጽሐፍ

毯子

ብርድ ልብስ

裝飾品

ጌጥ

木柴

ማገዶ

電影

ፊልም

高傳真音響

የሙዚቃ መማጫወቻ

鑰匙

ቁልፍ

報紙

ጋዜጣ

油畫

ስዕል

海報

የተለጠፈ ማስታወቂያ እንደ ስዕል

收音機

ራዲዮ

筆記本

ማስታወሻ ደብተር

吸塵器

የአየር ማፅጃ ለምንጣፍ

仙人掌

ቁልቋል

蠟燭

ሻማ

# 廚房

## ማድቤት

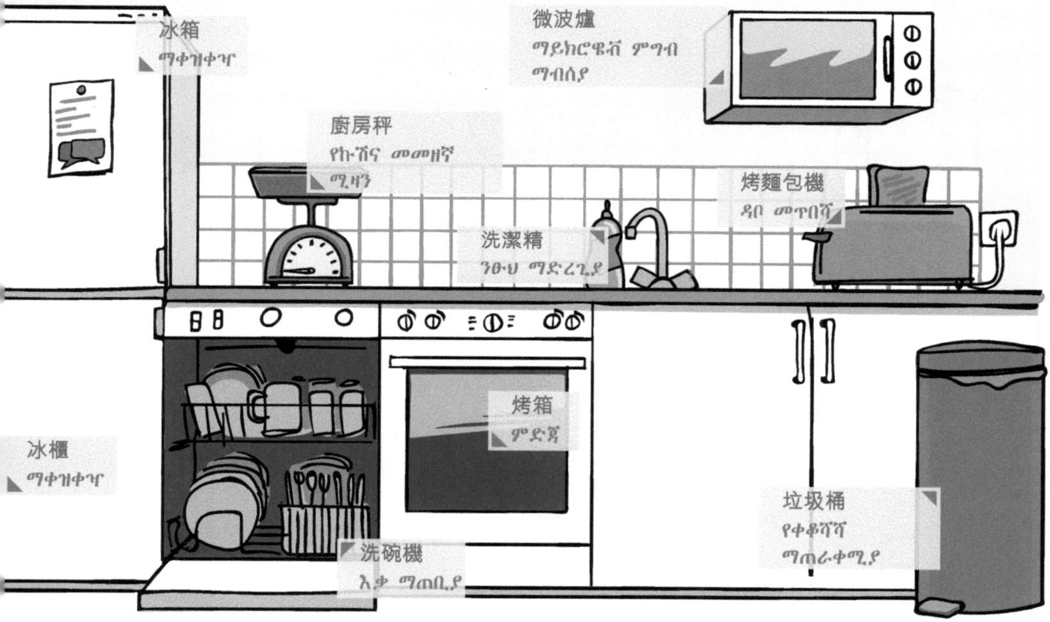
冰箱
ማቀዝቀዣ
微波爐
ማይክሮዌቭ ምግብ
ማብሰያ
廚房秤
የኩሽና መመዘኛ
ሚዛን
烤麵包機
ዳቦ መጥበሻ
洗潔精
ንፁህ ማድረጊያ
烤箱
ምድጃ
冰櫃
ማቀዝቀዣ
垃圾桶
የቆሻሻ
ማጠራቀሚያ
洗碗機
እቃ ማጠቢያ

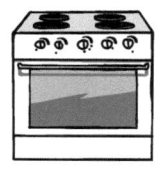

炊具

ምግብ አብሳይ

鍋

ማሰሮ

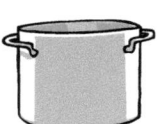

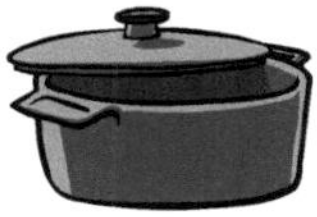

鑄鐵鍋

የብረት ማሰሮ

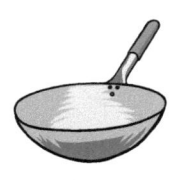

炒鍋

ምግብ ማብሰያ ዝርግ ድስት

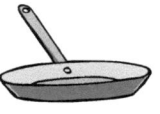

平底鍋

የምግብ መጥበሻ

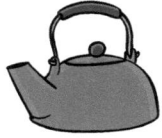

水壺

ማንቆርቆሪያ

蒸鍋

የእንፋሎት ማብሰያ

烤盤

የመጋገሪያ ትሪ

陶瓷鍋

ሰብስቦች

馬克杯

ትልቅ ኩባያ

碗

ጎድጓዳ ሳህን

筷子

ቾፕስቲክስ

長柄勺

ጭልፋ

鏟子

መስቅሰቂያ ዝርግ ማንኪያ

攪拌器

ማደባለቂያ

濾網

መወጠሪያ

篩子

ወንፊት

磨碎機

መፈርፈሪያ መሳሪያ

研缽

ሲሚንቶ

燒烤

የፍም ጥብስ

明火

የተለቀቀ እሳት

菜板

መክተፊያ

擀麵杖

ተንሸራታች መርፌ

開瓶器

የጠርሙስ መክፈቻ

罐子

ጣሳ

開罐器

የጣሳ መክፈቻ

隔熱手套

የማሰሮ መሸፈኛ

水槽

ሳህን ማጠቢያ

刷子

ብሩሽ

海綿

ስፖንጅ

攪拌機

መደባለቂያ መሳሪያ

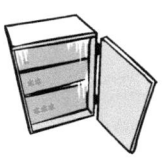

冷藏箱

በጣም ማቀዝቀዣ

奶瓶

ጡጦ

水龍頭

ቧንቧ

# 浴室

## መታጠቢያ ቤት

淋浴
መታጠቢያ
供暖裝置
ማሞቂያ
毛巾
ፎጣ
浴簾
የመታጠቢያ ቤት መጋረጃ
የአረፋ መታጠቢያ
浴缸
የመታጠቢያ ገንዳ
玻璃杯
ብርጭቆ
洗衣機
የልብስ ማጠቢያ
水龍頭
ቧንቧ
瓷磚
ማዕዘን ወለል
便壺
水槽
ሳህን ማጠቢያ

廁所

ሽንት ቤት

蹲便器

የሽንት ቤት መቀመጫ

坐浴器

ሳፋ

小便斗

የመንገድ ዳር መሽኛ

廁紙

የሽንት ቤት ወረቀት

馬桶刷

የሽንት ቤት ማፅጃ ብሩሽ

牙刷

የጥርስ ብሩሽ

牙膏

የጥርስ ሳሙና

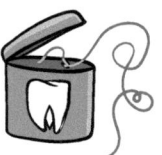

牙線

የጥርስ ማፅጃ ክር

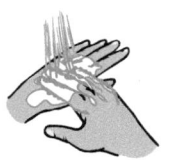

洗

መታጠብ

手持式蓮蓬頭

የእጅ መታጠቢያ

沖洗器

መታጠቢያ

洗臉盆

ጎድጓዳ ሳህን

洗背刷

የጀርባ ብሩሽ

肥皂

ሳሙና

沐浴露

መታጠቢያ የሚዝለገለግ ሳሙና

洗髮乳

የፀጉር መታጠቢያ ሳሙና

法蘭絨

ለስላሳ ጨርቅ

排水

ፍሳሽ

乳霜

ክሬም

除臭劑

ጠረን መቀየሪያ ንጥረ ነገር

鏡子

መስታወት

手鏡

የእጅ መስታወት

刮鬍刀

ምላጭ

刮鬍泡沫

የመላጫ አረፋ

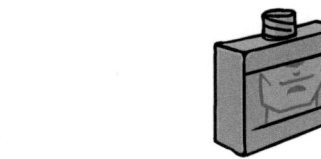

鬍後水

ከመላጨት በኋላ የሚቀባ ሽቱ

梳子

ማበጠሪያ

刷子

ብሩሽ

吹風機

የፀጉር ማድረቂያ

噴髮定型劑

በፀጉር ላይ የሚነፋ

化妝品

የፊት መቀባቢያ

唇膏

የከንፈር ቀለም

指甲油

የጥፍር ቀለም

化妝棉

የጥጥ ሱፍ

指甲剪

ጥፍር መቁረጫ

香水

ሽቶ

洗漱包

ማጠቢያ ባልዲ

凳子

መቀመጫ

計重秤

ሚዛን

浴袍

የመታጠቢያ ልብስ

橡膠手套

የላስቲክ ጓንት

衛生棉條

ሞዴስ

衛生棉

የፅዳት ፎጣ

化學廁所

የሽንት ቤት ኬሚካል

# 兒童房

## የልጅ ክፍል

鬧鐘
毛絨玩具
የህፃን አሻንጉሊት
玩具車
የመጫወቻ መኪና
撥浪鼓
禮物
ስጦታ
玩具屋
የአሻንጉሊት ቤት

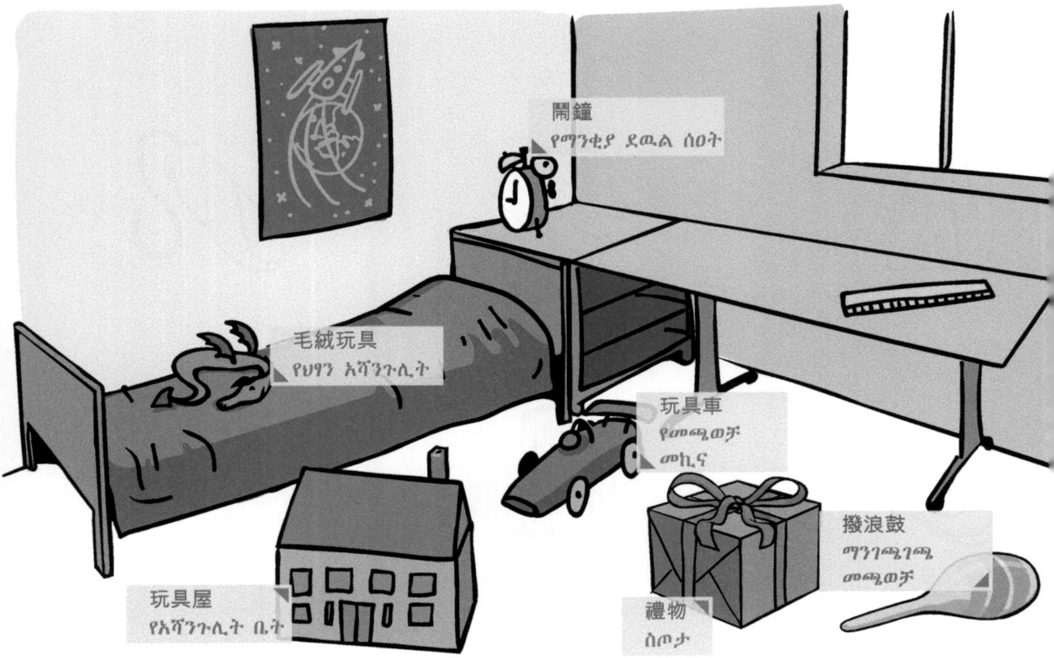

氣球

ፊኛ

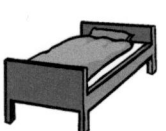

床

አልጋ

嬰兒車

የህፃን ማንሸራሸሪያ ጋሪ

撲克牌

የካርታ መጫወቻ

拼圖

ቁርጥራጭ ምስሎችን የማገጣጠም
እና ምስል የማግኘት ጨዋታ

漫畫

አዝናኝ

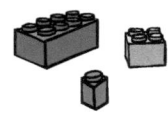

樂高積木

ተገጣጣሚ መጫወቻ

積木玩具

የመጫወቻ መገጣጠሚያዎች

公仔

የድርጊት ምስል

嬰兒服

የህፃን እድገት

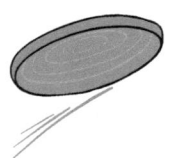

飛盤

የፕላስቲክ መጫወቻ ዝርግ ሰሀን

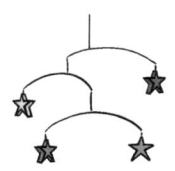

床鈴玩具

ተወዛዋዥ የህፃን ማጫወቻ

棋盤遊戲

የሰሌዳ ጨዋታ

骰子

የመጫወቻ ጠጠር

火車模型

የመጫወቻ ባቡር

安撫奶嘴

የእንጀራ እናት ጡጦ

派對

ድግስ

繪本

የስዕል መፅሀፍ

球

ኳስ

洋娃娃

አሻንጉሊት

玩

መጫወት

沙坑

የአሸዋ መጫወቻ

鞦韆

ዥዋዥዌ

玩具

መጫወቻዎች

電玩遊戲

የቪዲዮ መጫወቻ

三輪車

ባለ ሶስት ጎማ ብስክሌት

泰迪熊

የአሻንጉሊት ድብ

衣櫃

ቁምሳጥን

# 衣服

# አልባሳት

襪子

ካልሲዎች

長襪

ስቶኪንጎች

緊身褲

ታይት

圍巾
የአንንት ልብስ

雨傘
ጃንጥላ

皮帶
ቀበቶ

T恤
ከናቴራ

運動鞋
ስኒከሮች

靴子
ቦቲ

拖鞋
የቤት ዉስጥ ነጠላ ጫማ

涼鞋

ነጠላ ጫማዎች

鞋

ጫማዎች

雨靴

የዝናብ ቡትስ

內褲

ሙታንታ

胸罩

ጡት መያዣ

背心

ሰደርያ

衣服 - አልባሳት    

身體

ሰዉነት

褲子

ሱሪዎች

牛仔褲

ጅንስ

短裙

ጉርድ ቀሚስ

女式襯衫

ሸሚዝ

襯衫

ሸሚዝ

套頭衫

የሚጠለቅ ሹራብ

連帽上衣

ሹራብ

西裝夾克

ዩኒፎርም ጃኬት

夾克

ጃኬት

外套

ኮት

雨衣

የዝናብ ኮት

套裝

ልብስ

連衣裙

ቀሚስ

婚紗

የሙሽራ ቀሚስ

西裝

ሱፍ

睡袍

የለሊት ልብስ

睡衣

የለሊት ልብስ

莎麗

ረጅም ቀሚስ

頭巾

ሂጃብ

包頭巾

ጥምጣም

波卡

ቡርቃ

卡夫坦

ሸርጥ

(阿拉伯式)長袍

አባያ

泳衣

የዋና ልብስ

男式泳褲

አጭር ቁምጣ

短褲

ቁምጣዎች

運動服

የስራ ቱታ

圍裙

ሽርጥ

手套

ጓንት

鈕扣

ቁልፍ

眼鏡

መነፅር

手鏈

አምባር

項鍊

የአንገት ሀብል

戒指

ቀለበት

耳環

የጆሮ ጌጥ

便帽

ኮፍያ

衣架

የኮት መስቀያ

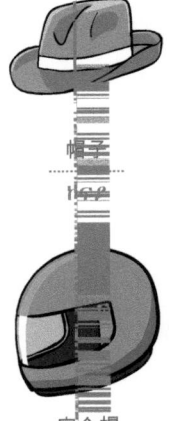

帽子

ኮፍያ

領帶

ክራባት

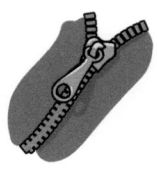

拉鍊

ዚፕ

安全帽

የብረት ቆብ

背帶

መደገፊያ

校服

የትምህርት ቤት የደንብ ልብስ

制服

የደንብ ልብስ

圍兜

*መሃረብ*

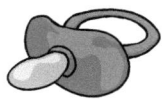

安撫奶嘴

*የእንጀራ እናት ጡጦ*

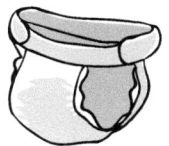

尿布

*ሽንት ጨርቅ*

紙
*ወረቀት*

檔案櫃
*የፋይል መደርደሪያ ካቢኔ*

印表機
*የህትመት መሳሪያ*

伺服器
*ማስራጫ ጣቢያ*

螢幕
*መቆጣጠሪያ*

辦公桌
*መዋሪያ ጠረጴዛ*

資料夾
*ማህደር*

滑鼠
*ማወዝ*

鍵盤
*የመዋሪያ ቁልፎች*

廢紙簍
*የቆሻሻ ወረቀት መጣያ ቅርጫት*

電腦
*ኮምፒዉተር*

椅子
*ወንበር*

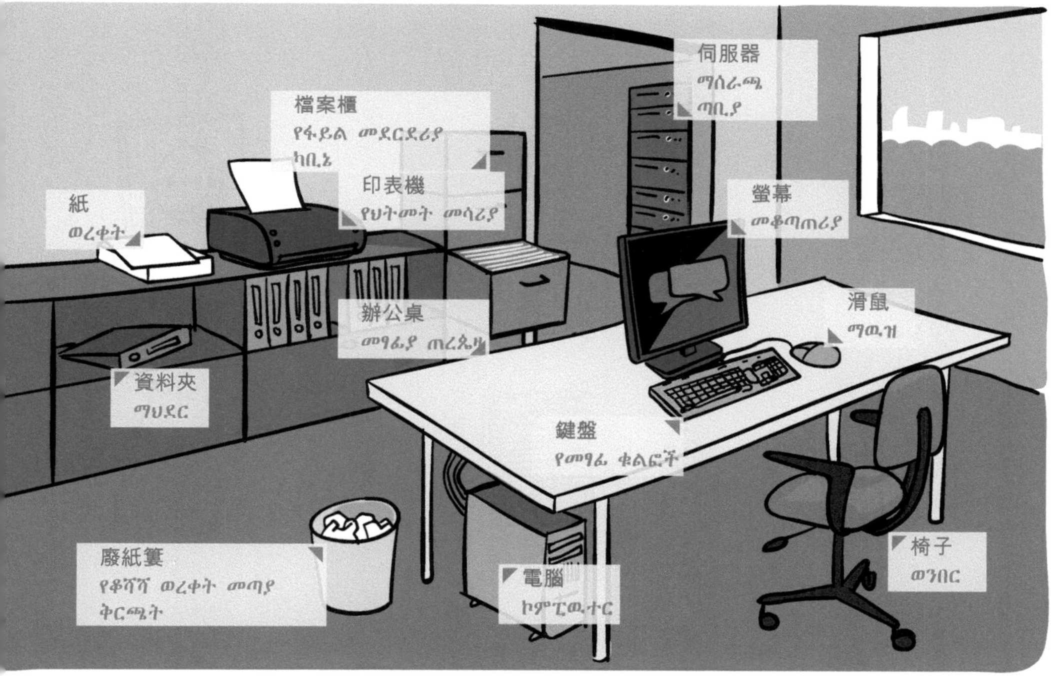

咖啡杯

*የቡና መጠጫ ትልቅ ኩባያ*

計算機

*ማስልያ ማሽን*

網際網路

*ኢንተርኔት*

筆記型電腦

ላፕቶፕ

信件

ደብዳቤ

簡訊

መልዕክት

行動電話

ተንቀሳቃሽ ስልክ

網路

የግንኙነት አዉታር

影印機

ማባዣ ማሽን

軟體

ሶፍትዌር

電話

ስልክ

插座

የግድግዳ ሶኬት

傳真機

የፋክስ ማሽን

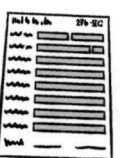

表格

ቅፅ

檔案

ሰነድ

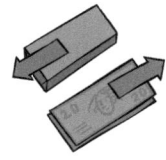

買

መግዛት

付錢

መክፈል

交易

መነገድ

現金

ገንዘብ

美元

ዶላር

歐元

ዩሮ

日元

የን

盧布

ሩብል

瑞士法郎

የስዊዝ ፍራንክ

人民幣

ሬንሚንቢ ዩዋን

盧比

ሩጲ

提款處

የገንዘብ ነጥብ

外幣兌換處

የዉጭ ገንዘብ ምንዛሪ ቢሮ

金

ወርቅ

銀

ብር

石油

ዘይት

能源

ሀይል፤ ጉልበት

價格

ዋጋ

合約

ግንኙነት

稅金

ቀረጥ

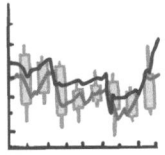

股票

አክስዮን

工作

መስራት

職員

ተቀጣሪ

老闆

ቀጣሪ

工廠

ፋብሪካ

商店

ሱቅ

警官
የፖሊስ አዛዥ
消防員
የእሳት አደጋ ሰራተኛ
廚師
ምግብ አብሳይ
醫師
ዶክተር
飛行員
አብራሪ

園丁

አትክልተኛ

木匠

አናጢ

裁縫

ልብስ ሰፊ ሴት

法官

ዳኛ

化學家

ቀማሚ

演員

ተዋናይ

公車司機

የአውቶቢስ ሹፌር

計程車司機

የታክሲ ሹፌር

漁夫

አሳ አጥማጅ

清洗女工

ፅዳት ሰራተኛ

屋頂工

የጣራ ሰራተኛ

服務生

አስተናጋጅ

獵人

አዳኝ

畫家

ሰዓሊ

麵包師

ጋጋሪ

電工

የኤሌትሪክ ሰራተኛ

建築工人

ገምቢ

工程師

መሃሃዲስ

屠夫

ልኳንዳ

水管工

የቧንቧ ሰራተኛ

郵差

የፖስታ ሰራተኛ

士兵

ወታደር

建築師

መሃንዲስ

收銀員

የሒሳብ ሰራተኛ

花農

አበባ ሻጭ

理髮師

የፀጉር ሰራተኛ

售票員

ቲኬት ቆራጭ

機械技師

መካኒክ

船長

ካፒቴን

牙醫

የጥርስ ሐኪም

科學家

ተመራማሪ

拉比

መምህር

伊瑪目

የሙስሊም ሃይማኖታዊ መሪ

和尚

መነኩሴ

牧師

ካህን

# 工具

## መሳሪያዎች

鐵錘
መዶሻ
鉗子
螺絲起子
መፍቻ
扳手
የመሳሪ መፍቻ
手電筒
ባትሪ

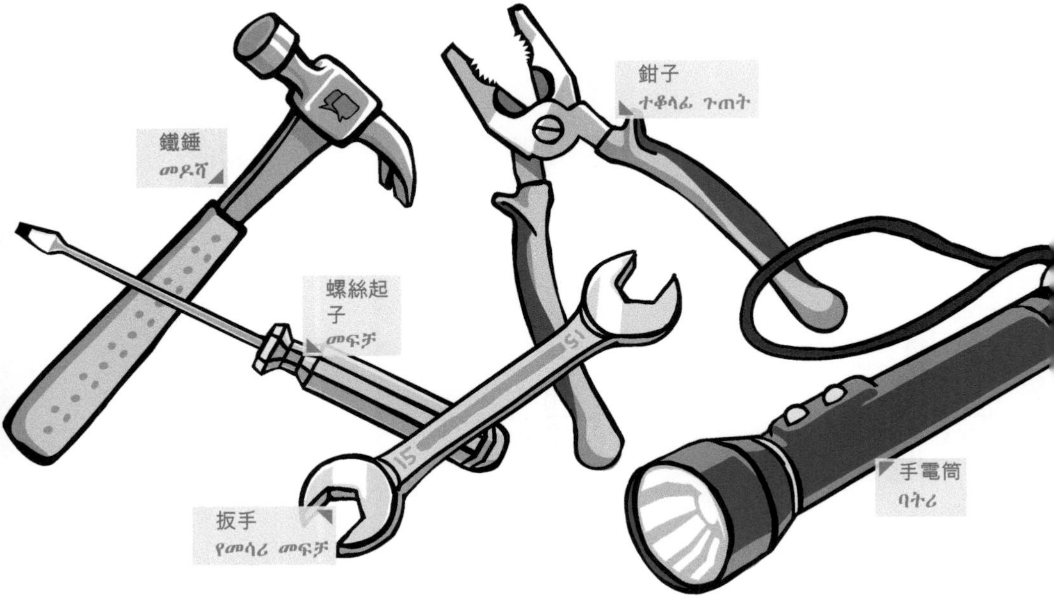

挖掘機

በቁፋሮ የሚዝቅ

工具箱

የመፍቻ ሳጥን

梯子

መሰላል

鋸子

መጋዝ

釘子

ምስማር

鑽機

መሰርሰሪያ

修

መጠገን

鏟子

አካፋ

糟糕！

የተረገመ!

畚箕

ቆሻሻ ማፈሻ

油漆桶

የቀለም ቆርቆሮ

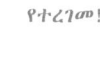

螺絲

ብሎን

# 樂器

## የሙዚቃ መሳሪያዎች

揚聲器
የድምፅ ማጉያ መሳርያ
打擊樂器
የከበሮ መሳሪያዎች
吉他
ክራር መሰል የሙዚቃ መሳሪያ
低音提琴
ድርብ ቤዝ ጊታር
小號
የትንፋሽ ሙዚቃ መሳሪያ

樂器 - የሙዚቃ መሳሪያዎች

鋼琴

ፒያኖ

小提琴

ቫዮሊን

貝斯

ወፍራም፤ ጎርናና ድምፅ ያለዉ ክራር መሰል ሙዚቃ መሳሪያ

定音鼓

ነጋሪት

鼓

ከበሮ

電子琴

በኤሌክትሪክ የሚሰራ ፒኖ

薩克斯風

የትንፋሽ ሙዚቃ መሳሪያ

長笛

ዋሽንት

麥克風

የድምፅ ማጉያ

# 動物園

## የደር እንስሳት ማቆያ

入口
መግቢያ
老虎
ነብር
籠子
ሳጥን
斑馬
የሜዳ አህያ

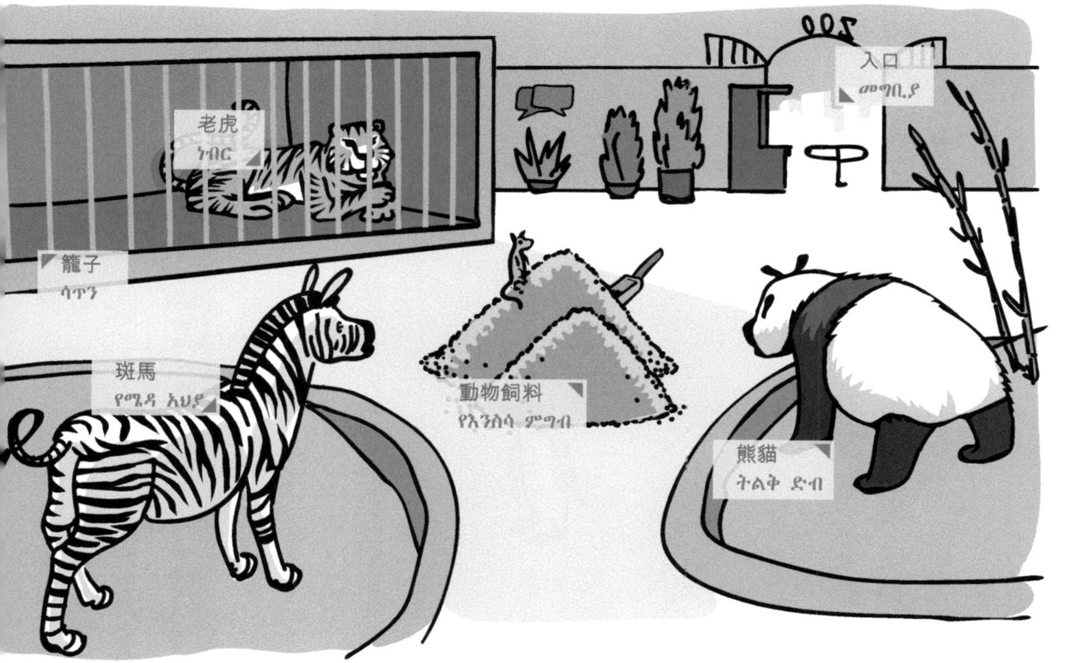

動物

እንስሳቶች

大象

ዝሆን

袋鼠

ካንጋሮ

犀牛

አዉራሪስ

大猩猩

ትልቅ ዝንጀሮ

熊

ድብ

駱駝

ግመል

鴕鳥

ሰጎን

獅子

አንበሳ

猴子

ጦጣ

紅鶴

ቅልጥመ ረዥም ወፍ

鸚鵡

በቀቀን

北極熊

የወዋልታ ድብ

企鵝

የዋልታ ወፎች

鯊魚

ረጅም ጥርሶች ያሉትአሳ ነባሪ

孔雀

ጣዎስ

蛇

እባብ

鱷魚

አዞ

動物園管理員

የዱር አራዊት የሚጠበቁበት
ማቆያን የሚጠብቅ

海豹

አሳ በሊታ የባህር እንስሳ

美洲豹

የዱር ድመት

矮種馬

ድንክ ፈረስ

豹

ነብር

河馬

ጉማሬ

長頸鹿

ቀጭኔ

老鷹

ንስር

野豬

ከርከሮ

魚

አሳ

龜

የባህር ኤሊ

海象

የባህር አውሬ

狐狸

ቀበሮ

羚羊

የሜዳ ፍየል፤ ሚዳቋ

# 體育
## የስፖርት አይነቶች

橄欖球
የአሜሪካ እግርኳስ
騎腳踏車
የብስክሌት ስፖርት
網球
ቴኒስ
籃球
የቅርጫት ኳስ
游泳
ዋና
拳擊
የቡጢ ስፖርት
冰球
የበረዶ ላይ የገና ጨዋታ

美式足球
እግር ኳስ

羽毛球
የላበ ኳስ ጨዋታ

田徑
አትሌቲክስ

手球
የእጅ ኳስ ስፖርት

滑雪
የበረዶ መንሸራተት ስፖርት

馬球
ፈረስ ግልቢያ

| | | |
|---|---|---|
| 書寫 | 畫 | 展示 |
| መፃፍ | መሳል | ማሳየት |
| 推 | 給 | 拿 |
| መግፋት | መስጠት | መዉሰድ |

有
መያዝ

做
ማድረግ

當
መሆን

站
መቆም

跑
መሮጥ

拉
መሳብ

丟
መወርወር

摔倒
መዉደቅ

躺
መዋሸት

等待
መጠበቅ

攜帶
መሸከም

坐
መቀመጥ

穿衣
መልበስ

睡覺
መተኛት

醒來
መንቃት

活動 - እንቅስቃሴዎች

看

መመልከት

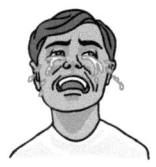

哭

ማልቀስ

擊

መጫር

梳頭

ማበጠር

交談

ማዉራት

明白

መረዳት

問

ጥያቄ

聽

ማዳመጥ

喝

መጠጣት

吃

መብላት

清理

ማንፃት

愛

ማፍቀር

做飯

ምግብ ማብሰል

開車

መንዳት

飛

መብረር

航行

መርከብ መንዳት

計算

ቁጥሮችን ማስላት

讀

ማንበብ

學習

መማር

工作

መስራት

結婚

ማግባት

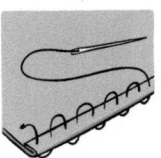

縫

መስፋት

刷牙

ጥርስ መቦረሽ

殺

መግደል

抽菸

ማጨስ

寄

መላክ

祖母
የሴት አያት

祖父
የወንድ አያት

父親
አባት

母親
እናት

嬰兒
ህፃን

女兒
ሴት ልጅ

兒子
ወንድ ልጅ

客人

እንግዳ

阿姨

አክስት

叔叔

አጎት

兄弟

ወንድም

姐妹

እህት

# 身體

## አካል

前額
ግንባር
眼睛
አይን
肩膀
手指
ጣት
臉
ፊት
下巴
አገጭ
手
እጅ
腿
እግር
乳房
ጡት
手臂
ክንድ

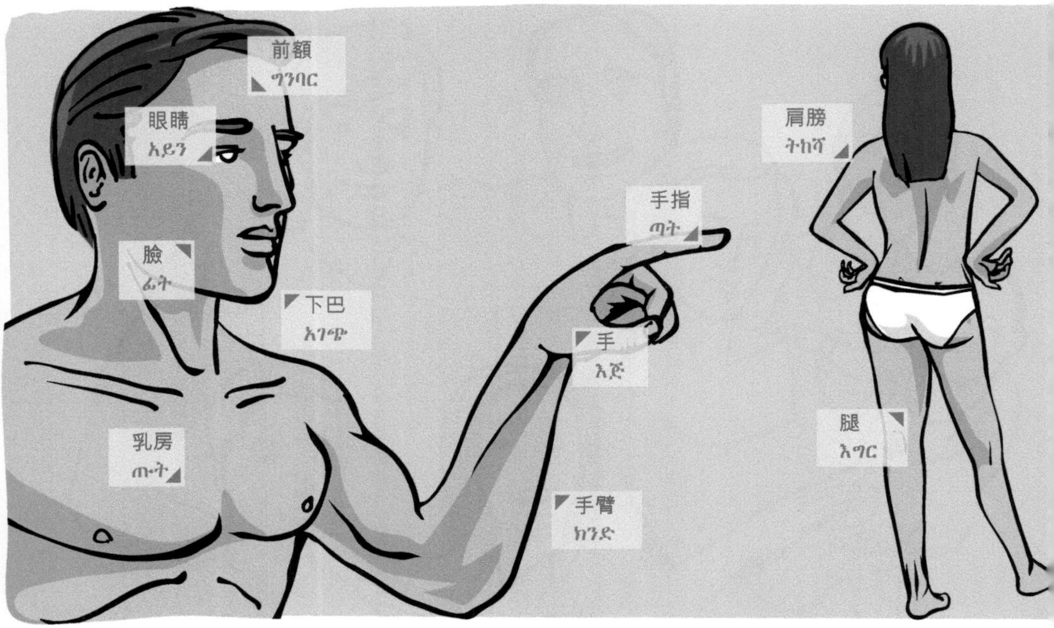

嬰兒

ህፃን

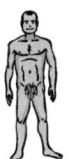

男人

ሰዉ

女人

ሴት

女孩

ልጃገረድ

男孩

ወንድ ልጅ

頭

ራስ

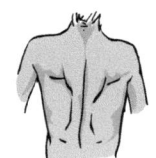

背部

ጀርባ

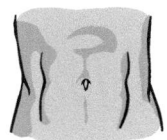

肚子

ሆድ

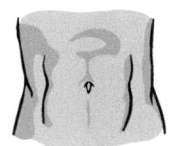

肚臍

እምብርት

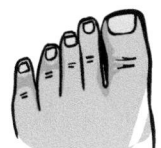

腳趾

የእግር ጣት

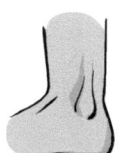

腳後跟

ተረከዝ

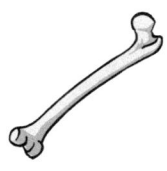

骨頭

አጥንት

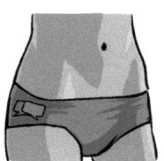

臀部

ዳሌ

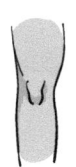

膝蓋

ጉልበት

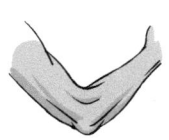

手肘

ርን

鼻子

አፍንጫ

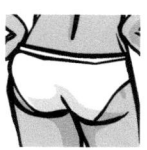

屁股

ቂጥ

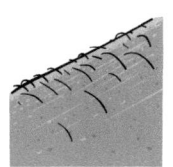

皮膚

ቆዳ

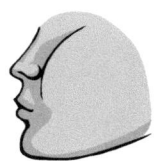

臉頰

ጉንጭ

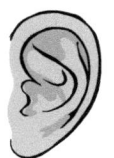

耳朵

ጆሮ

嘴唇

ከንፈር

嘴

አፍ

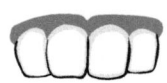

牙齒

ጥርስ

舌頭

ምላስ

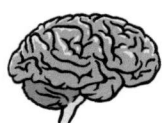

腦

አንጎል

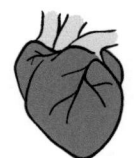

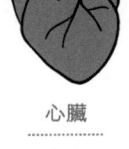

心臟

ልብ

肌肉

ጡንቻ

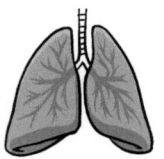

肺

ሳምባ

肝臟

ጉበት

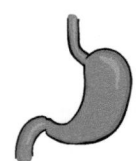

胃

ሆድ

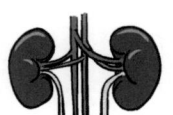

腎臟

ኩላሊቶች

性交

የግብረስጋ ግንኙነት

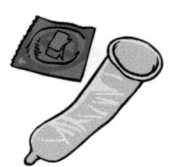

保險套

ኮንዶም

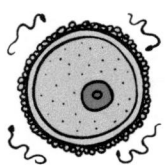

卵子

የሴት እንቁላል

精子

የዘር ፈሳሽ

懷孕

እርግዝና

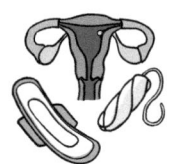

月事

የወር አበባ

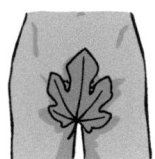

陰道

እምስ

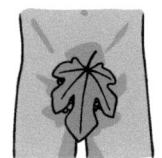

陰莖

ቁላ

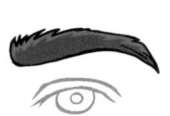

眉毛

ቅንድብ

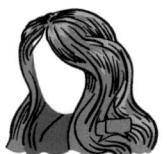

頭髮

ፀጉር

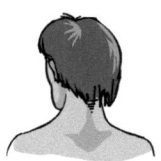

脖子

አንገት

# 醫院

## ሆስፒታል

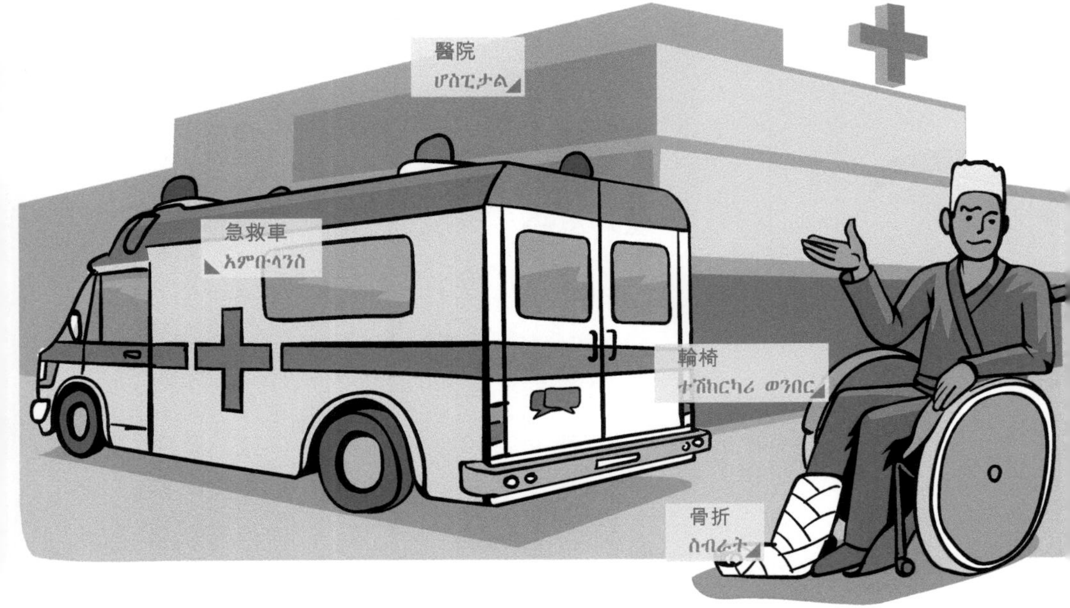

醫院
ሆስፒታል
急救車
አምቡላንስ
輪椅
ተሽከርካሪ ወንበር
骨折
ስብራት

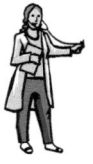

醫師

ዶክተር

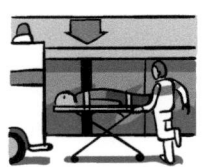

急診室

ድንገተኛ ክፍል

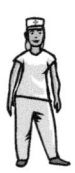

護理師

ነርስ

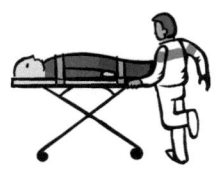

緊急情形

ድንገተኛ

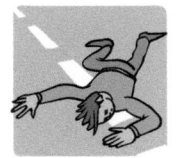

昏迷

ራስን መሳት/ አለማወቅ

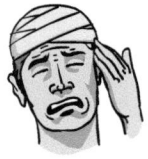

痛

ህመም

受傷

ጉዳት

出血

መድማት

心臟病發作

የልብ ድካም

中風

ስትሮክ

過敏

አለርጂ

咳嗽

ሳል

發燒

ትኩሳት

流感

ኢንፍሎዌንዛ

腹瀉

ተቅማጥ

頭痛

የራስ ምታት

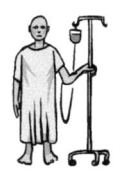

癌症

ካንሰር

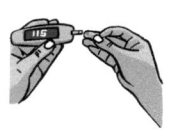

糖尿病

የስኳር በሽታ

外科醫師

ቀዶ ጠጋኝ ሐኪም

手術刀

የቀዶ ጥገና ስለት

手術

ቀዶ ጥገና

電腦斷層掃描

ሲቲ

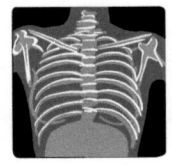

X光

ኤክስሬዩ

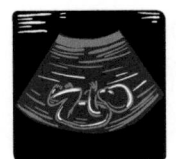

超音波

አልትራሳዉንድ

口罩

የፊት ጭምብል

疾病

በሽታ

候診室

መጠበቂያ ክፍል

拐杖

ምርኩዝ

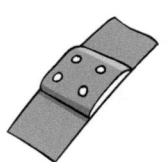

石膏

የቁስል ማሸጊያ

繃帶

ፋሻ

注射

መርፌ

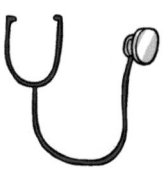

聽診器

የልብ ምት ማዳመጫ መሳሪያ

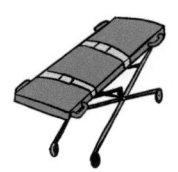

擔架

የበሽተኛ አልጋ

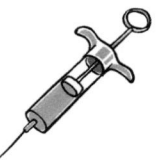

體溫計

የህክምና ሙቀት መለኪያ መሳሪያ

出生

መውለድ

超重

ከልክ ያለፈ ክብደት

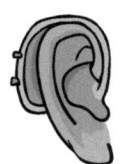

助聽器

ለመስማት የሚረዳ መሳሪያ

消毒液

ፀረ ተባይ መድሀኒት

感染

ማመርቀዝ

病毒

ቫይረስ

愛滋病

ኤች አይቪ ኤድስ

藥物

ህክምና

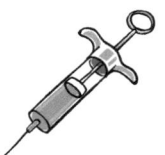

接種疫苗

ክትባት

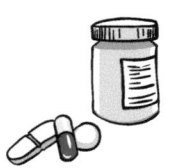

藥片

ኪኒን

藥丸

ኪኒን

急救電話

አስቸኳይ የስልክ ጥሪ

血壓計

ደም ግፊት መቆጣጠሪያ

生病/健康

ህመም/ ጤንነት

# 緊急情形

## ድንገተኛ

救命！

እርዳታ!

警報

ማንቂያ ደወል

突擊

ጥቃት

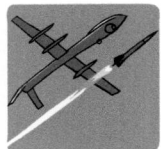

攻擊

ድብደባ

危險

አደጋ

緊急出口

የድንገተኛ መዉጫ

失火了！

እሳት!

滅火器

እሳት ማጥፊያ

意外

አደጋ

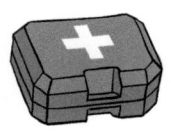

急救箱

የመጀመሪያ እርዳታ መድሃኒት መያዣ

呼救訊號

ነፍስ አድን

員警

ፖሊስ

歐洲

አዉሮፓ

北美洲

ሰሜን አሜሪካ

南美洲

ደቡብ አሜሪካ

非洲

አ ሪካ

亞洲

እስያ

澳洲

አዉስትራሊያ

大西洋

አትላንቲክ

太平洋

ፓስፊክ

印度洋

የህንድ ዉቅያኖስ

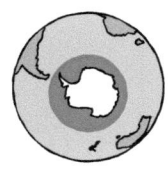

南冰洋

አንታርክቲክ ዉቅያኖስ

北冰洋

አርክቲክ ዉቅያኖስ

北極

ሰሜን ዋልታ

南極

ደቡብ ዋልታ

南極洲

አንታርክቲካ

地球

ምድር

陸地

መሬት

海

ባህር

島

ደሴት

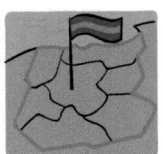

國家

አገርና ህዝብ

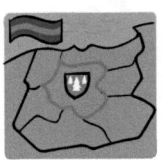

州

መንግስት

# 鐘錶

## ሰዓት

錶盤

የሰዓት ገፅታ

時針

ሰዓት

分針

ደቂቃ

秒針

ሴኮንድ

現在幾點？

ስንት ሰዓት ነው?

天

ቀን

時間

ጊዜ

現在

አሁን

電子錶

የቁጥር ሰዐት

分

ደቂቃ

時

ሰዓታት

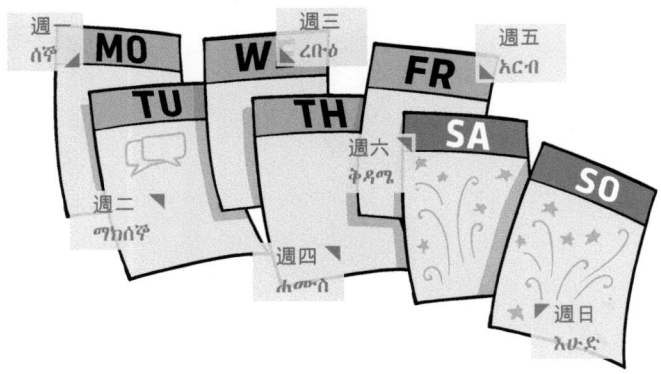

# 週

## ሳምንት

ሰኞ
MO
週二
ማክሰኞ
TU
週三
ረቡዕ
W
週四
ሐሙስ
TH
週五
FR
週六
ቅዳሜ
SA
週日
እሁድ
SO

21

昨天

ትላንት

2

今天

ዛሬ

3

明天

ነገ

早晨

ማለዳ

中午

ቀትር

晚上

ምሽት

MO TU WE TH FR SA SU
1 2 3 4 5 6 7
8 9 10 11 12 13 14
15 16 17 18 19 20 21
22 23 24 25 26 27 28
29 30 31 1 2 3 4

工作日

የስራ ቀናት

MO TU WE TH FR SA SU
1 2 3 4 5 6 7
8 9 10 11 12 13 14
15 16 17 18 19 20 21
22 23 24 25 26 27 28
29 30 31 1 2 3 4

週末

የዕረፍት ቀናት

# 年

## ዓመት

雨
ዝናብ
彩虹
ቀስተ ዳመና
雪
ጥጥ የሚመስል አመዳይ
በረዶ
春
秋
መኸር
夏
በጋ
冬
ክረምት

4.APRIL 11°
5.APRIL 4°
6.APRIL 13°
7.APRIL 8°
8.APRIL 10°

天氣預告

የአየር ሁኔታ ትንበያ

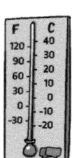

溫度計

የሙቀት መለኪያ

陽光

የፀሀይ ሙቀት

雲

ደመና

霧

ጭጋግ

潮濕

እርጥበታማነት

閃電

መብረቅ

打雷

ነጎድጓድ

風暴

አዉሎ ንፋስ

冰雹

የበረዶ ዝናብ

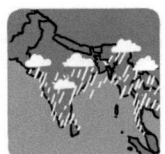

季風

አዉሎ ንፋስ

洪水

ጎርፍ

冰

በረዶ

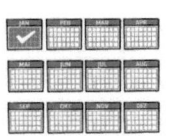

一月

ጥር

二月

የካቲት

三月

መጋቢት

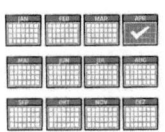

四月

ሚያዚያ

五月

ግንቦት

六月

ሰኔ

七月

ሐምሌ

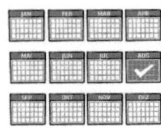

八月

ነሀሴ

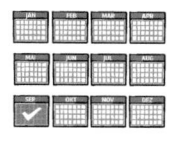

九月

መስከረም

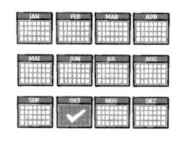

十月

ጥቅምት

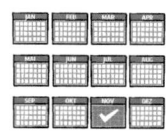

十一月

ህዳር

十二月

ታህሳስ

## 形狀

## ቅርፆች

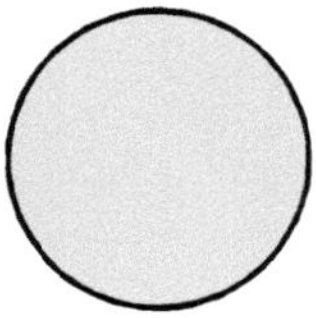

圓形

ክብ

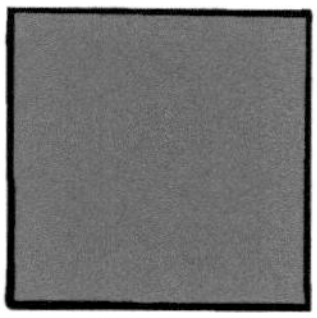

正方形

አራት ማዕዘን

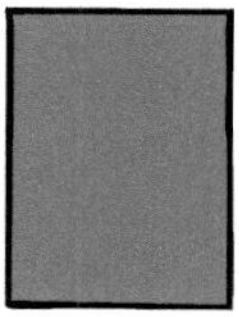

長方形

አራት ቀጥተኛ ማዕዘኖች ጎኖች ያሉት ቅርፅ

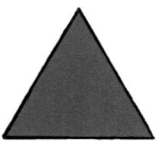

三角形

ሶስት ማዕዘን

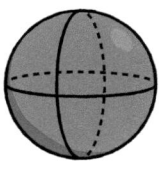

球體

ሉል

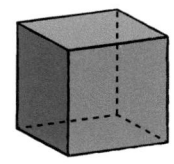

立方體

ስድስት ጎን ያለዉ ቅርፅ

# 顏色

## ቀለማት

白

ነጭ

黃

ቢጫ

橙

ብርቱካናማ

粉

ሮዝ

紅

ቀይ

紫

ወይን ጠጅ

藍

ሰማያዊ

綠

አረንጓዴ

棕

ቡኒ

灰

ግራጫ

黑

ጥቁር

很多/少許

ብዙ/ ጥቂት

生氣/平靜

ንዴት/ እርጋታ

美/醜

ቆንጆ/ አስቀያሚ

首/尾

ጅማሬ/ ፍፃሜ

大/小

ትልቅ/ ትንሽ

明/暗

ደማቅ/ ደብዛዛ

兄弟/姐妹

ወንድም/ እህት

乾淨/骯髒

ንፁህ/ ቆሻሻ

完整/缺失

የተሟላ/ ያልተሟላ

白天/晚上

ቀን/ ምሽት

死/生

የሞተ/ ህያዉ

寬/窄

ሰፊ/ ጠባብ

可食用/非食用

የሚበላ/ የማይበላ

邪惡/善良

ክፉ/ ደግ

興奮/無聊

ደስተኛ/ ድብርተኛ

胖/瘦

ወፍራም/ ቀጭን

第一/最後

መጀመርያ/ መጨረሻ

朋友/敵人

ጓደኛ/ ጠላት

滿/空

ሙሉ/ ጎዶሎ

硬/軟

ጠንካራ/ ለስላሳ

重/輕

ከባድ/ ቀላል

餓/渴

ረሃብ/ ጥማት

生病/健康

ህመም/ ጤንነት

非法/合法

ህገወጥ/ ህጋዊ

聰明/愚笨

ጎበዝ/ ደደብ

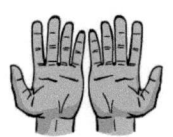

左/右

ግራ/ ቀኝ

近/遠

ቅርብ/ ሩቅ

新/舊

አዲስ/ አሮጌ

沒有/有些

ምንም/ የሆነ ነገር

老/幼

ሽማግሌ/ ወጣት

開/關

የበራ/ የጠፋ

打開/闔上

ክፍት/ ዝግ

安靜/吵鬧

ፀጥታ/ ጫጫታ

富/窮

ሃብታም/ ደሃ

對/錯

ትክክለኛ/ የተሳሳተ

粗糙/光滑

ሻካራ/ ለስላሳ

傷心/高興

ሐዘን/ ደስታ

短/長

አጭር/ ረዥም

慢/快

ዝግተኛ/ ፈጣን

濕/乾

እርጥብ/ ደረቅ

溫暖/涼爽

ሞቃት/ ቀዝቃዛ

戰爭/和平

ጦርነት/ ሰላም

# 數字

## ቁጥሮች

| | | |
|---|---|---|
| 0 | 1 | 2 |
| 零 | 一 | 二 |
| ዜሮ | አንድ | ሁለት |
| 3 | 4 | 5 |
| 三 | 四 | 五 |
| ሶስት | አራት | አምስት |
| 6 | 7 | 8 |
| 六 | 七 | 八 |
| ስድስት | ሰባት | ስምንት |
| 9 | 10 | 11 |
| 九 | 十 | 十一 |
| ዘጠኝ | አስር | አስራ አንድ |

| | | |
|---|---|---|
| 12 | 13 | 14 |
| 十二 | 十三 | 十四 |
| አስራ ሁለት | አስራ ሶስት | አስራ አራት |
| 15 | 16 | 17 |
| 十五 | 十六 | 十七 |
| አስራ አምስት | አስራ ስድስት | አስራ ሰባት |
| 18 | 19 | 20 |
| 十八 | 十九 | 二十 |
| አስራ ሰስምንት | አስራ ዘጠኝ | ሃያ |
| 100 | 1.000 | 1.000.000 |
| 百 | 千 | 百萬 |
| መቶ | ሽህ | ሚሊዮን |

# 語言

## ቋንቋዎች

英語

እንግሊዝኛ

美式英語

የአሜሪካ እንግሊዝኛ

普通話

የቻይና ማንዳሪን

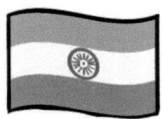

印地語

ሂንዱ

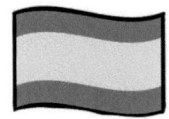

西班牙語

ስፓኒሽ

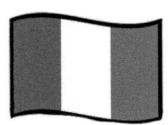

法語

ፍሬንች

阿拉伯語

አረብኛ

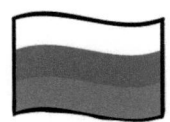

俄語

ራሺያኛ

葡萄牙語

ፖርቱጊዝ

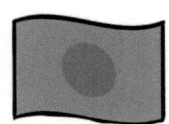

孟加拉語

ቤንጋሊ

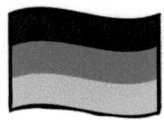

德語

ጀርመን

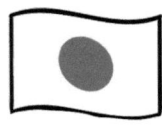

日語

ጃፓንኛ

我

እኔ

你

አንተ

他/她/它

እሱ/ እርሷ/ እቃዉ

我們

እኛ

你們

አንተ

他們

እነርሱ

誰？

ማን?

什麼？

ምን?

如何？

እንዴት?

何處？

የት?

何時？

መቼ?

名字

ስም

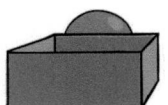

# 方位

## የት

後面

በስተጀርባ

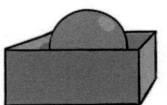

裡面

ዉስጥ

前面

ከፊት ለፊት

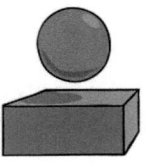

上方

ከላይ

上面

ላይ

下麵

ከስር

旁邊

አጠገብ

中間

መሃከል

地點

ቦታ